基本作業用語

Thuật ngữ tác nghiệp cơ bản

<はじめに>

ようこそ日本へ

本書は、各職種に共通する「基本作業用語」について、基本的な専門用語が約200語収録されています。

<用語の調べ方>

- ベトナム語からの日本語を知りたいときは、第1章のベトナム語のアルファベット順で調べてください。
  .... P 6
- 日本語からのベトナム語を知りたいときは、第2章の日本語の五十音順で調べてください。
  .... P33

— 2 —

< Lời nói đầu >

Chào mừng các bạn đến Nhật Bản

Tài liệu này gồm khoảng 200 từ là các [Thuật ngữ tác nghiệp cơ bản] được áp dụng chung trong các chuyên ngành khác nhau.

< Cách tra cứu thuật ngữ >

- Khi cần tra cứu thuật ngữ từ Tiếng Việt sang Tiếng Nhật, vui lòng tham khảo theo Bảng chữ cái Tiếng Việt được thể hiện ở Chương I.
  .... P 6
- Khi cần tra cứu thuật ngữ từ Tiếng Nhật sang Tiếng Việt, vui lòng tham khảo theo thứ tự Bảng chữ cái Tiếng Nhật được thể hiện ở Chương II.
  .... P33

MEMO

1. Từ Tiếng Việt qua Tiếng Nhật

	ベトナム語	日本語
1	Áp lực	あつりょく 圧力
2	Băng keo	てーぷ テープ
3	Bao tay/Găng tay	てぶくろ 手袋
4	Bắt đầu	はじめる 始める
5	Bây giờ phải làm như thế nào?	どうしますか
6	Bẻ cong / Uốn cong / Vin / Uốn	まげる 曲げる

てーぷ
(テープ)

てぶくろ
(手袋)

	ベトナム語	日本語
7	Bẻ gẫy/Gấp lại	おる 折る
8	Bề mặt	ひょうめん 表面
9	Bên cạnh / Chiều ngang / Bề ngang	よこ 横
0	Bên phải / Phía bên phải	みぎ 右
1	Béo / Dày / To	ふとい 太い
2	Búa	はんまー ハンマー

まげる
（曲げる）

はんまー
（ハンマー）

	ベトナム語	日本語
13	Bụng	はら 腹
14	Buộc / Trói/ Băng bó	しばる 縛る
15	Buộc chặt / Vặn chặt	しめる 締める
16	Cái giũa	やすり ヤスリ
17	Cánh tay	うで 腕
18	Cao	たかい 高い

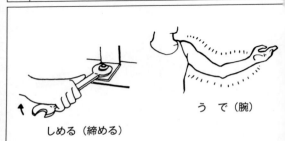

しめる（締める）　　　　うで（腕）

	ベトナム語	日本語
19	Cao su	ごむ ゴム
20	Cắt	きる 切る
21	Cắt, sự cắt (vải)	さいだん 裁断
22	Chắc chắn / Ổn định	しっかり
23	Chậm / Chậm rãi / Thong thả	ゆっくり
24	Chậm / Trễ	おそい 遅い
25	Chân	あし 足

きる（切る）

あし（足）

	ベトナム語	日本語
26	Chất lên (xe) / Đăng tải / Đăng / Xuất bản / Ghi (âm)	のせる 載せる
27	Chỉ / Sợi chỉ	いと 糸
28	Chìa vặn / Cờ lê	すぱな スパナ
29	Chiếc thước kẻ / Thước kẻ	じょうぎ 定規
30	Chỉnh đốn / Sự ngăn nắp / Sự đặt trong trật tự / Sự gọn gàng / Sự sắp xếp gọn gang	せいとん 整頓
31	Chỉnh lý / Chỉnh sửa / Cắt giảm	せいり 整理
32	Cho vào / Đưa vào / Đút vào	いれる 入れる
33	Cho xuống (xuống xe / Dỡ hàng xuống xe)	おろす 降ろす
34	Chổi	ほうき 箒
35	Chú ý	ちゅうい 注意

	ベトナム語	日本語
36	Chừa lại	のこす 残す
37	Cổ	くび 首
38	Cố định	こてい 固定
39	Có thể làm	できます 出来ます
40	Cưa	のこぎり ノコギリ

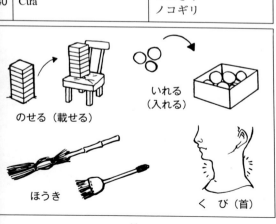

のせる（載せる）

いれる（入れる）

ほうき

くび（首）

	ベトナム語	日本語
41	Dài	ながい 長い
42	Đánh / Vỗ / Đập	うつ 打つ
43	Đặt, để	おく 置く
44	Dầu	あぶら 油
45	Đầu / Đầu tóc / Phần đầu	あたま 頭
46	Đầu gối	ひざ 膝
47	Dày	あつい 厚い

あたま（頭）　　　ひざ（膝）

	ベトナム語	日本語
48	Đẩy / Ấn	おす 押す
49	Đáy / Đế	そこ
50	Đậy lên / Trùm lên / Bao lên / Che lên	かぶせる 被せる
51	Để nguyên như vậy	そのまま
52	Đen	くろ 黒
53	Điện	でんき 電気
54	Đinh ốc / Ốc vít	ねじ ネジ

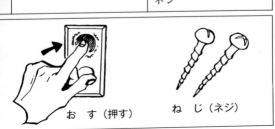

おす（押す）　　　ねじ（ネジ）

	ベトナム語	日本語
55	Đỏ	あか 赤
56	Độ ẩm	しつど 湿度
57	Độ chiếu sáng	しょうど 照度
58	Độ dài	ながさ 長さ
59	Độ nặng	おもさ 重さ
60	Dọc / Bề dọc	たて 縦
61	Dọn dẹp / Làm sạch / Hoàn tất / Giải quyết	かたづける 片付ける
62	Đơn vị	たんい 単位
63	Đưa ra, đẩy ra	だす 出す
64	Đúng	ただしい 正しい

	ベトナム語	日本語
65	Dụng cụ đo / Thước đo / Cân có vạch đo / Thước tỷ lệ	すけーる スケール
66	Dừng lại	とめる 止める
67	Dựng lên / Dựng đứng	たつ 立つ
68	Được rồi / Đồng ý / Tốt đấy	いいです
69	Dưới / Bên dưới	した 下
70	Eo lưng / Hông	こし 腰
71	Gần	ちかい 近い
72	Gắn vào	つける 付ける
73	Gậy	ぼう 棒
74	Giấy	かみ 紙

	ベトナム語	日本語
75	Giẻ lau	うえす ウエス
76	Góc	かど 角
77	Góc vuông	ちょっかく 直角
78	Gọt / Bào / Cắt	けずる 削る
79	Hạ thấp	さげる 下げる
80	Hãy cho tôi xem nào	みせてください 見せて下さい
81	Hãy giúp một tay nào	てつだってください 手伝って下さい
82	Hiểu	わかります 分かります
83	Hình chữ nhật	ちょうほうけい 長方形
84	Hoàn tất / Làm xong	おわる 終わる

	ベトナム語	日本語
5	Học hỏi	ならう 習う
6	Hơi nước	じょうき 蒸気
7	Hướng tới / Đối diện với / Bên kia	むかい 向かい
8	Ít	すくない 少ない
9	Kéo	ひく 引く
0	Kết lại / Nối lại	むすぶ 結ぶ

ちょうほうけい
（長方形）

むすぶ（結ぶ）

	ベトナム語	日本語
91	Không đạt (×)	ばつ バツ（×）
92	Khuân vác / Vận chuyển	はこぶ 運ぶ
93	Khuôn mặt / Mặt	かお 顔
94	Khuỷu / Cùi chỏ	ひじ 肘
95	Kiểm điểm / Kiểm tra bảo dưỡng hàng ngày	てんけん 点検
96	Kiểm tra / Kiểm nghiệm	けんさ 検査
97	Làm / Tạo / Sáng tác / Xây dựng	つくる 作る
98	Làm phù hợp / Làm cho khớp / Canh cho đều	あわせる 合わせる
99	Lửa	ひ 火
100	Lưng	せなか 背中

	ベトナム語	日本語
01	Lượm / Nhặt	ひろう 拾う
02	Mài / Chải / Đánh bóng	みがく 磨く
03	Mạnh	つよい 強い
04	Mắt	め 目
05	Mặt trái / Mặt trong	うら 裏

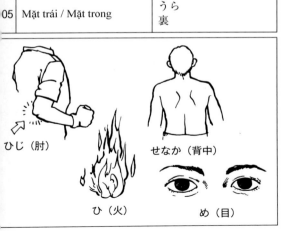

ひじ（肘）　　ひ（火）　　せなか（背中）　　め（目）

	ベトナム語	日本語
106	Màu vàng	きいろ 黄色
107	Máy khoan điện	でんきどりる 電気ドリル
108	Miệng	くち 口
109	Mịn / Thon thả / Mảnh mai	ほそい 細い
110	Mở rộng ra / Giãng / Kéo dãn ra	のばす 伸ばす
111	Mông / Cái mông / Đằng sau	しり 尻
112	Móng / Vuốt / Càng	つめ 爪
113	Một cách thận trọng	しんちょうに 慎重に
114	Một cách từ tốn / Nhã nhặn / Lịch sự / Cẩn thận	ていねいに 丁寧に
115	Mũ bảo hiểm	へるめっと ヘルメット

	ベトナム語	日本語
16	Mực nước / Mức	すいへい 水平
17	Mũi	はな 鼻
18	Nặng	おもい 重い
19	Nâng lên	あげる 上げる
20	Ngắn	みじかい 短い

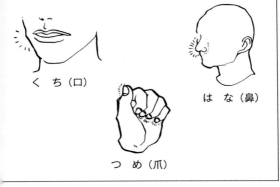

くち(口)　　つめ(爪)　　はな(鼻)

	ベトナム語	日本語
121	Nghe	きく 聞く
122	Ngoài / Bên ngoài	そと 外
123	Ngồi / Ngồi xuống	すわる 座る
124	Ngón tay	ゆび 指
125	Ngực	むね 胸
126	Nhanh / Sớm	はやい 早い
127	Nhạt, mỏng	うすい 薄い
128	Nhẹ	かるい 軽い
129	Nhiệt độ	おんど 温度
130	Nhiều	おおい 多い

	ベトナム語	日本語
31	Nhìn	みる 見る
32	Nhỏ	ちいさい 小さい
33	Nhỏ / Mịn / Chi tiết	こまかい 細かい
34	Nới lỏng / Làm chậm lại	ゆるめる 緩める
35	Nói/Nói chuyện	はなす 話す

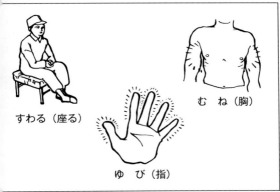

すわる（座る）　　　むね（胸）

ゆび（指）

	ベトナム語	日本語
136	Nóng	あつい 熱い
137	Nước	みず 水
138	Ở đâu	どこ
139	Ở đây	ここ
140	Ở trong / Bên trong	うち 内
141	Ống (tuýp)	くだ（ぱいぷ） 管（パイプ）
142	Ống bơm dầu mỡ	あぶらさし 油差し
143	Phản đối	はんたい 反対
144	Phía sau / Sau	うしろ 後ろ
145	Phía trước mặt / Phía này / Đối diện	てまえ 手前

	ベトナム語	日本語
46	Phương hướng / Phương giác	ほうがく 方角
47	Quay / Xoay	まわす 回す
48	Rộng	ひろい 広い
49	Rửa, gội	あらう 洗う
50	Sai sót / Sai lầm / Nhầm	まちがい 間違い
51	Sắt / Thép	てつ 鉄
52	Sâu	ふかい 深い

まわす（回す）

	ベトナム語	日本語
153	Sờ / Rờ / Chạm	さわる 触る
154	Sợi / Thớ sợi	せんい 繊維
155	Sợi dây (dây cáp / dây thừng)	ひも（ろーぷ） 紐（ロープ）
156	Sử dụng	つかう 使う
157	Sự giáo dục / Phép lịch sự / Kỷ cương	しつけ
158	Sự nghiêng / Chéo / Xiên	ななめ 斜め
159	Sự quét tước / Sự dọn dẹp	せいそう 清掃
160	Suy nghĩ	かんがえる 考える
161	Tai	みみ 耳
162	Tấm ván / Bảng / Bản	いた 板

	ベトナム語	日本語
63	Tam giác	さんかく 三角
64	Tay	て 手
65	Thẳng / Thẳng hướng	まっすぐ 真っ直ぐ
66	Thẳng đứng / Thẳng góc / Trực giao	すいちょく 垂直
67	Thanh khiết / Tình trạng sạch sẽ	せいけつ 清潔

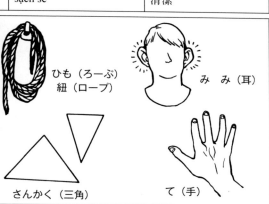

ひも（ろーぷ）
紐（ロープ）

みみ（耳）

さんかく（三角）

て（手）

	ベトナム語	日本語
168	Tháo / Di dời / Gỡ ra	はずす 外す
169	Tháo ra / Nhổ ra / Rút ra	ぬく 抜く
170	Thấp	ひくい 低い
171	Thô / Gồ ghề	あらい 粗い
172	Thông báo	しらせる 知らせる
173	Thông qua / Xuyên qua	とおす 通す
174	Thu thập / Chuẩn bị sẵn sàng / Sắp xếp một cách có trật tự	そろえる 揃える
175	Thuê / mượn / Vay	かりる 借りる
176	Thước cuộn	まきじゃく 巻き尺
177	Tìm hiểu / Tra cứu	しらべる 調べる

	ベトナム語	日本語
78	To / Lớn	おおきい 大きい
79	Tóm / Bắt lấy / Nắm bắt	つかむ 掴む
80	Tốt	よい 良い
81	Trắng	しろ 白
82	Trên	うえ 上
83	Tròn	まる 丸

つかむ（掴む）

まる（丸）

	ベトナム語	日本語
184	Trong / Bên trong	なか 中
185	Trung tâm	ちゅうしん 中心
186	Trước	まえ 前
187	Trước / Phía trước	さき 先
188	Tứ giác	しかく 四角
189	Tuốc nơ vít	どらいば ドライバ
190	Vải	きじ 生地
191	Vai / Bờ vai	かた 肩
192	Vận hành / Hoạt động / Chuyển động	うごかす 動かす
193	Viết / Ghi	かく 書く

	ベトナム語	日本語
94	Vỏ / Bên ngoài / Mặt ngoài	おもて 表
95	Vứt / Bỏ	すてる 捨てる
96	Xa	とおく 遠く
97	Xanh	あお 青
98	Xanh / Màu xanh lá cây	みどり 緑

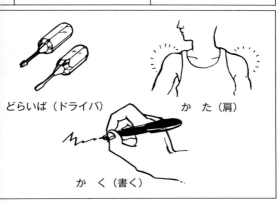

どらいば（ドライバ）　　　か　た（肩）

か　く（書く）

	ベトナム語	日本語
199	Xấu / Không tốt	わるい 悪い
200	Xin hãy hướng dẫn	おしえてください 教えて下さい

Từ Tiếng Nhật qua Tiếng Việt

日本語	ベトナム語	
あお 青	Xanh	197
あか 赤	Đỏ	55
あげる 上げる	Nâng lên	119
あし 足	Chân	25
あたま 頭	Đầu / Đầu tóc / Phần đầu	45
あつい 厚い	Dày	47
あつい 熱い	Nóng	136
あつりょく 圧力	Áp lực	1
あぶら 油	Dầu	44
あぶらさし 油差し	Ống bơm dầu mỡ	142
あらい 粗い	Thô / Gồ ghề	171
あらう 洗う	Rửa, gội	149

日本語	ベトナム語	
あわせる 合わせる	Làm phù hợp / Làm cho khớp / Canh cho đều	98
いいです	Được rồi / Đồng ý / Tốt đấy	68
いた 板	Tấm ván / Bảng / Bản	16
いと 糸	Chỉ / Sợi chỉ	2?
いれる 入れる	Cho vào / Đưa vào / Đút vào	32
うえ 上	Trên	18
うえす ウエス	Giẻ lau	75
うごかす 動かす	Vận hành / Hoạt động / Chuyển động	19
うしろ 後ろ	Phía sau / Sau	14
うすい 薄い	Nhạt, mỏng	12
うち 内	Ở trong / Bên trong	14(
うつ 打つ	Đánh / Vỡ / Đập	42

日本語	ベトナム語	
うで 腕	Cánh tay	17
うら 裏	Mặt trái / Mặt trong	105
おおい 多い	Nhiều	130
おおきい 大きい	To / Lớn	178
おく 置く	Đặt, để	43
おしえてください 教えて下さい	Xin hãy hướng dẫn	200
おす 押す	Đẩy / Ấn	48
おそい 遅い	Chậm / Trễ	24
おもい 重い	Nặng	118
おもさ 重さ	Độ nặng	59
おもて 表	Vỏ / Bên ngoài / Mặt ngoài	194
おる 折る	Bẻ gẫy / Gấp lại	7

日本語	ベトナム語	
おろす 降ろす	Cho xuống (xuống xe / Dỡ hàng xuống xe)	3
おわる 終わる	Hoàn tất / Làm xong	8
おんど 温度	Nhiệt độ	12
かお 顔	Khuôn mặt / Mặt	93
かく 書く	Viết / Ghi	19
かた 肩	Vai / Bờ vai	19
かたづける 片付ける	Dọn dẹp / Làm sạch / Hoàn tất / Giải quyết	61
かど 角	Góc	76
かぶせる 被せる	Đậy lên / Trùm lên / Bao lên / Che lên	50
かみ 紙	Giấy	74
かりる 借りる	Thuê / mượn / Vay	17
かるい 軽い	Nhẹ	12

日本語	ベトナム語	
かんがえる 考える	Suy nghĩ	160
きいろ 黄色	Màu vàng	106
きく 聞く	Nghe	121
きじ 生地	Vải	190
きる 切る	Cắt	20
くだ（ぱいぷ） 管（パイプ）	Ống (tuýp)	141
くち 口	Miệng	108
くび 首	Cổ	37
くろ 黒	Đen	52
けずる 削る	Gọt / Bào / Cắt	78
けんさ 検査	Kiểm tra / Kiểm nghiệm	96
ここ	Ở đây	139

日本語	ベトナム語	
こし 腰	Eo lưng / Hông	70
こてい 固定	Cố định	38
こまかい 細かい	Nhỏ / Mịn / Chi tiết	13
ごむ ゴム	Cao su	19
さいだん 裁断	Cắt, sự cắt (vải)	21
さき 先	Trước / Phía trước	18
さげる 下げる	Hạ thấp	79
さわる 触る	Sờ / Rờ / Chạm	15
さんかく 三角	Tam giác	16
しかく 四角	Tứ giác	18
した 下	Dưới / Bên dưới	69
しっかり	Chắc chắn / Ổn định	22

日本語	ベトナム語	
つけ	Sự giáo dục / Phép lịch sự / Kỷ cương	157
つど 湿度	Độ ẩm	56
ばる 縛る	Buộc / Trói / Băng bó	14
しめる 締める	Buộc chặt / Vặn chặt	15
じょうき 蒸気	Hơi nước	86
じょうぎ 定規	Chiếc thước kẻ / Thước kẻ	29
しょうど 照度	Độ chiếu sáng	57
しらせる 知らせる	Thông báo	172
しらべる 調べる	Tìm hiểu / Tra cứu	177
しり 尻	Mông / Cái mông / Đằng sau	111
しろ 白	Trắng	181
しんちょうに 慎重に	Một cách thận trọng	113

— 39 —

日本語	ベトナム語	
すいちょく 垂直	Thẳng đứng / Thẳng góc / Trực giao	16
すいへい 水平	Mực nước / Mức	11
すくない 少ない	Ít	8
すけーる スケール	Dụng cụ đo / Thước đo / Cân có vạch đo / Thước tỷ lệ	6
すてる 捨てる	Vứt / Bỏ	19
すぱな スパナ	Chìa vặn / Cờ lê	2
すわる 座る	Ngồi / Ngồi xuống	12
せいけつ 清潔	Thanh khiết / Tình trạng sạch sẽ	16
せいそう 清掃	Sự quét tước / Sự dọn dẹp	15
せいとん 整頓	Chỉnh đốn / Sự ngăn nắp / Sự đặt trong trật tự / Sự gọn gàng / Sự sắp xếp gọn gang	30
せいり 整理	Chỉnh lý / Chỉnh sửa / Cắt giảm	31
せなか 背中	Lưng	100

日本語	ベトナム語	
せんい 繊維	Sợi / Thớ sợi	154
そこ	Đáy/Đế	49
そと 外	Ngoài / Bên ngoài	122
そのまま	Để nguyên như vậy	51
そろえる 揃える	Thu thập / Chuẩn bị sẵn sàng / Sắp xếp một cách có trật tự	174
たかい 高い	Cao	18
だす 出す	Đưa ra, đẩy ra	63
ただしい 正しい	Đúng	64
たつ 立つ	Dựng lên / Dựng đứng	67
たて 縦	Dọc / Bề dọc	60
たんい 単位	Đơn vị	62
ちいさい 小さい	Nhỏ	132

日本語	ベトナム語	
ちかい 近い	Gần	7
ちゅうい 注意	Chú ý	35
ちゅうしん 中心	Trung tâm	18
ちょうほうけい 長方形	Hình chữ nhật	83
ちょっかく 直角	Góc vuông	77
つかう 使う	Sử dụng	15
つかむ 掴む	Tóm / Bắt lấy / Nắm bắt	17
つくる 作る	Làm / Tạo / Sáng tác / Xây dựng	97
つける 付ける	Gắn vào	72
つめ 爪	Móng / Vuốt / Càng	112
つよい 強い	Mạnh	103
て 手	Tay	16

日本語	ベトナム語	
ていねいに 丁寧に	Một cách từ tốn / Nhã nhặn / Lịch sự / Cẩn thận	114
てーぷ テープ	Băng keo	2
できます 出来ます	Có thể làm	39
てつ 鉄	Sắt / Thép	151
てつだってください 手伝って下さい	Hãy giúp một tay nào	81
てぶくろ 手袋	Bao tay/Găng tay	3
てまえ 手前	Phía trước mặt / Phía này / Đối diện	145
でんき 電気	Điện	53
でんきどりる 電気ドリル	Máy khoan điện	107
てんけん 点検	Kiểm điểm / Kiểm tra bảo dưỡng hàng ngày	95
どうしますか	Bây giờ phải làm như thế nào?	5
とおく 遠く	Xa	196

日本語	ベトナム語	
とおす 通す	Thông qua / Xuyên qua	17
どこ	Ở đâu	13
とめる 止める	Dừng lại	6(
どらいば ドライバ	Tuốc nơ vít	18
なか 中	Trong / Bên trong	18
ながい 長い	Dài	41
ながさ 長さ	Độ dài	58
ななめ 斜め	Sự nghiêng / Chéo / Xiên	15
ならう 習う	Học hỏi	85
ぬく 抜く	Tháo ra / Nhổ ra / Rút ra	16
ねじ ネジ	Đinh ốc / Ốc vít	54
のこぎり ノコギリ	Cưa	40

日本語	ベトナム語	
のこす 残す	Chừa lại	36
のせる 載せる	Chất lên (xe) / Đăng tải / Đăng / Xuất bản / Ghi (âm)	26
のばす 伸ばす	Mở rộng ra / Giăng / Kéo dãn ra	110
はこぶ 運ぶ	Khuân vác / Vận chuyển	92
はじめる 始める	Bắt đầu	4
はずす 外す	Tháo / Di dời / Gỡ ra	168
ばつ バツ（×）	Không đạt (×)	91
はな 鼻	Mũi	117
はなす 話す	Nói/Nói chuyện	135
はやい 早い	Nhanh / Sớm	126
はら 腹	Bụng	13
はんたい 反対	Phản đối	143

日本語	ベトナム語	
はんまー ハンマー	Búa	12
ひ 火	Lửa	9
ひく 引く	Kéo	8
ひくい 低い	Thấp	17
ひざ 膝	Đầu gối	4
ひじ 肘	Khuỷu / Cùi chỏ	9
ひも（ろーぷ） 紐（ロープ）	Sợi dây (dây cáp / dây thừng)	15
ひょうめん 表面	Bề mặt	8
ひろい 広い	Rộng	14
ひろう 拾う	Lượm / Nhặt	10
ふかい 深い	Sâu	15
ふとい 太い	Béo / Dày / To	11

日本語	ベトナム語	
へるめっと ヘルメット	Mũ bảo hiểm	115
ぼう 棒	Gậy	73
ほうがく 方角	Phương hướng / Phương giác	146
ほうき 箒	Chổi	34
ほそい 細い	Mịn / Thon thả / Mảnh mai	109
まえ 前	Trước	186
まきじゃく 巻き尺	Thước cuộn	176
まげる 曲げる	Bẻ cong / Uốn cong / Vin / Uốn	6
まちがい 間違い	Sai sót / Sai lầm / Nhầm	150
まっすぐ 真っ直ぐ	Thẳng / Thẳng hướng	165
まる 丸	Tròn	183
まわす 回す	Quay / Xoay	147

日本語(にほんご)	ベトナム語(ご)	
みがく 磨く	Mài / Chải / Đánh bóng	10
みぎ 右	Bên phải / Phía bên phải	10
みじかい 短い	Ngắn	12
みず 水	Nước	13
みせてください 見せて下さい	Hãy cho tôi xem nào	80
みどり 緑	Xanh / Màu xanh lá cây	19
みみ 耳	Tai	16
みる 見る	Nhìn	13
むかい 向かい	Hướng tới / Đối diện với / Bên kia	87
むすぶ 結ぶ	Kết lại / Nối lại	90
むね 胸	Ngực	12
め 目	Mắt	10

日本語	ベトナム語	
やすり ヤスリ	Cái giũa	16
ゆっくり	Chậm / Chậm rãi / Thong thả	23
ゆび 指	Ngón tay	124
ゆるめる 緩める	Nới lỏng / Làm chậm lại	134
よい 良い	Tốt	180
よこ 横	Bên cạnh / Chiều ngang / Bề ngang	9
わかります 分かります	Hiểu	82
わるい 悪い	Xấu / Không tốt	199

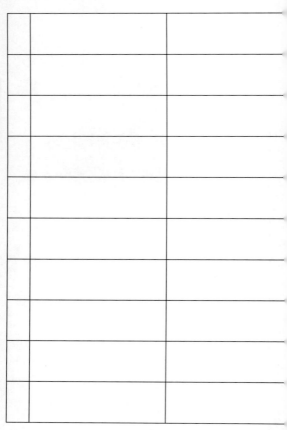

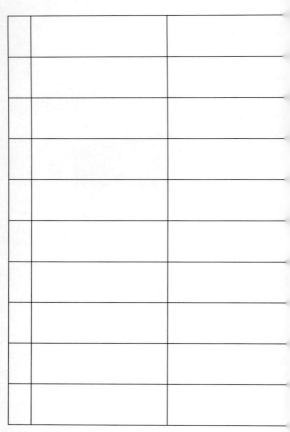

専門用語対訳集
「基本作業用語」(ベトナム語版)

2013 年 7 月　初版
2023 年 9 月　13刷
2024 年 10 月　2版

発行　　公益財団法人　国際人材協力機構
　　　　教材センター

〒108-0023　東京都港区芝浦2-11-5
　　　　　　五十嵐ビルディング
　　　　　　Tel：03-4306-1110
　　　　　　Fax：03-4306-1116

ホームページ　https://www.jitco.or.jp/
教材オンラインショップ　https://onlineshop.jitco.or.jp

©2024 JAPAN INTERNATIONAL TRAINEE & SKILLED WORKER
COOPERATION ORGANIZATION
All Rights Reserved.

本書の全部または一部を無断で複写（コピー）、複製、
転載すること（電子媒体への加工を含む）は、著作権
法上での例外を除き、禁じられています。